Impressum
Verlag: BABADADA GmbH, Nedderfeld 112 , 22529 Hamburg
Geschäftsführer / Verlagsleitung: Harald Hof
Druck: Books on Demand GmbH, In de Tarpen 42, 22848 Norderstedt

Imprint
Publisher: BABADADA GmbH, Nedderfeld 112 , 22529 Hamburg, Germany
Managing Director / Publishing direction: Harald Hof
Print: Books on Demand GmbH, In de Tarpen 42, 22848 Norderstedt, Germany

学校

ትምህርት ቤት

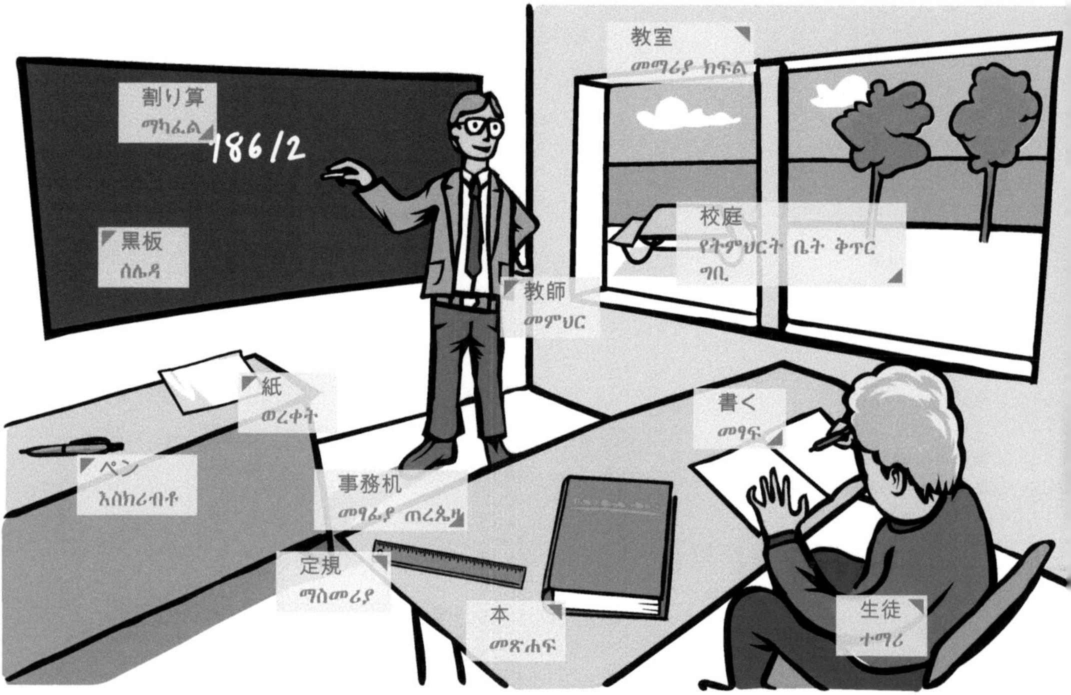

教室
መማሪያ ክፍል
割り算
ማካፈል
186/2
黒板
ስሌዳ
校庭
የትምህርት ቤት ቅጥር ግቢ
教師
መምህር
紙
ወረቀት
書く
መፃፍ
ペン
እስክሪብቶ
事務机
መፃፊያ ጠረጴዛ
定規
ማስመሪያ
本
መጽሐፍ
生徒
ተማሪ

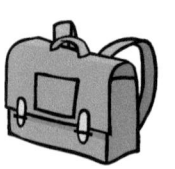

ランドセル

የጀርባ ቦርሳ

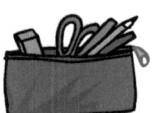

筆入れ

የእርሳስ መያዣ

鉛筆

እርሳስ

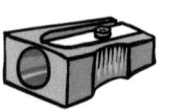

鉛筆削り

የእርሳስ መቅረጫ

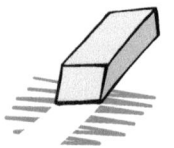

消しゴム

ላጲስ

スケッチブック

የስዕል ደብተር

スケッチ

ስዕል

絵筆

የቀለም ብሩሽ

絵の具箱

የቀለም ሳጥን

はさみ

መቀስ

接着剤

ማጣበቂያ

練習帳

መልመጃ ደብተር

宿題

የቤት ስራ

12

数

ቁጥር

2+2

足し算

መደመር

5-2

引き算

መቀነስ

2×2

かけ算

ማባዛት

計算する

ቁጥሮችን ማስላት

A

文字

ደብዳቤ

ABCDEFG
HIJKLMN
OPQRSTU
VWXYZ

アルファベット

ፊደላት

hello

単語

ቃል

テキスト

ፅሑፍ

読む

ማንበብ

チョーク

ጠመኔ

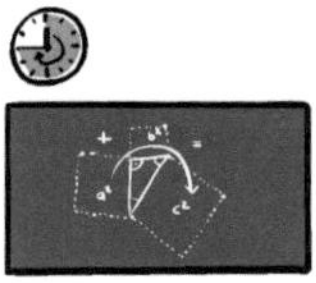

授業

ትምህርት

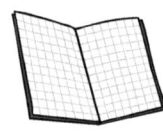

学級日誌

ምዝገባ

試験

ፈተና

通知表

ሰርተፊኬት

制服

የትምህርት ቤት የደንብ ልብስ

教育

ትምህርት

百科事典

አዉደ ጥበብ

大学

ዩኒቨርስቲ

顕微鏡

የምርምር አጉሊ መሳርያ

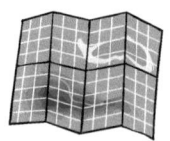

地図

ካርታ

ごみ箱

የቆሻሻ ወረቀት መጣያ ቅርጫት

ホテル
ሆቴ
Grand
ホステル
ማረፊያ ቤት
ROOMS
両替所
የዉጭ ገንዘብ ምንዛሪ
ቢሮ
CHANGE
スーツケース
ብስ መያዣ
ሻንጣ
自動車
መኪና

言語
ቋንቋ

はい / いいえ
አዎ/ አይደለም

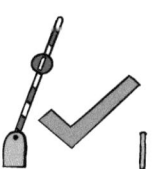

問題ない
እሺ

ハロー
ሰላም

翻訳者
አስተርጓሚ

ありがとう
አመሰግናለሁ

…はいくらですか？

ስንት ነዉ……?

わかりません

አልገባኝም

問題

እክል

こんばんは！

እንደምን አመሹ!

おはようございます！

እንደምን አደሩ!

おやすみなさい！

መልካም ምሽት!

さようなら

ደህና ይሰንብቱ

方向

አቅጣጫ

手荷物

ሻንጣ

バッグ

ቦርሳ

リュックサック

የጀርባ ቦርሳ

お客様

እንግዳ

部屋

ክፍል

寝袋

የመተኛ ቦርሳ

テント

ድንኳን

旅行者情報

የጎብኚዎች መረጃ

ビーチ

የባህር ዳርቻ

クレジットカード

ክሬዲት ካርድ

朝食

ቁርስ

昼食

ምሳ

夕食

እራት

チケット

ቲኬት

エレベーター

አሳንሰር

スタンプ

ማህተም

境界

ድንበር

税関

ባህሎች

大使館

ኤምባሲ

ビザ

ቪዛ/የይለፍ ወረቀት

パスポート

ፓስፖርት

輸送

መጓጓዣ

飛行機
አዉሮፕላን
船
መርከብ
消防車
የእሳት አደጋ መኪና
トラック
የጭነት መኪና
バス
モーターボート
የሞተር ጀልባ
自動車
መኪና
自転車
ብስክሌት

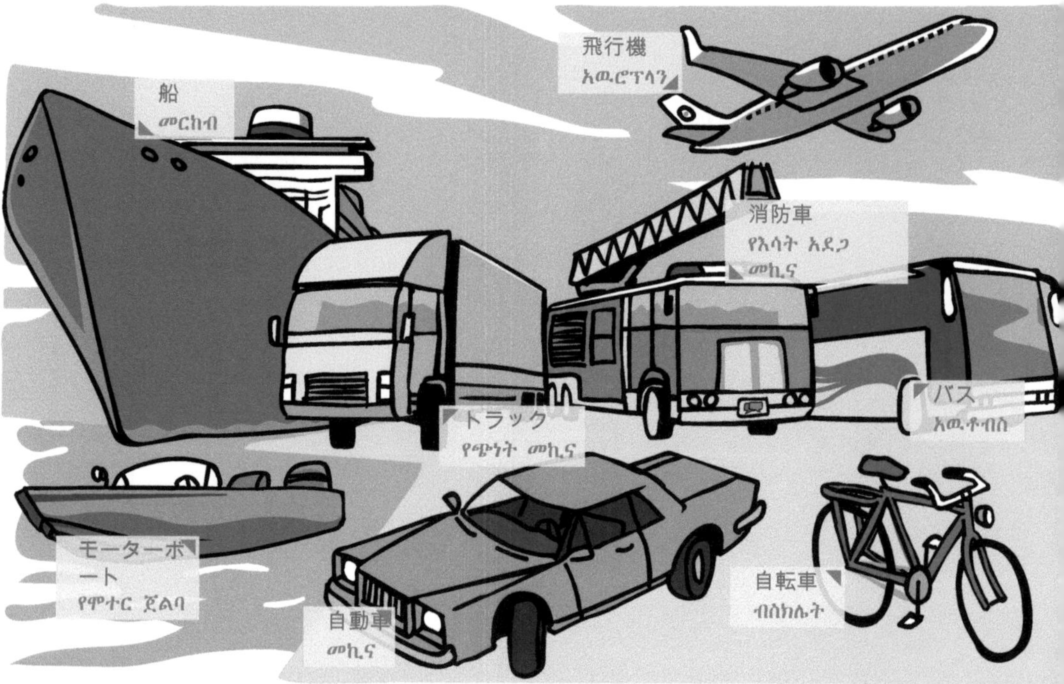

フェリー

የማመላለሻ ጀልባ

ボート

ጀልባ

バイク

የሞተር ብስክሌት

パトカー

የፖሊስ መኪና

レーシングカー

የዉድድር መኪና

レンタカー

የኪራይ መኪና

カーシェアリング

የመኪና መጋራት

レッカー車

ጎታች መኪና

ごみ収集車

የቆሻሻ ጭነት መኪና

モーター

ሞተር

燃料

ነዳጅ

ガソリンスタンド

የቤንዚን ማደያ

交通標識

የመንገድ ምልክት

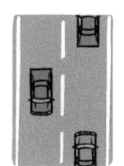

交通

የመኪኖች እንቅስቃሴ

渋滞

የመኪና መጨናነቅ

駐車場

የመኪና ማቆሚያ

駅

የባቡር ጣቢያ

道

የባቡር ሀዲዶች

列車

ባቡር

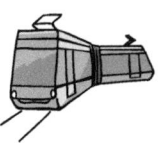

路面電車

የኤሌክትሪክ ባቡር

車両

ሰረገላ

ヘリコプター

ሄሊኮፕተር

空港

አየር ማረፊያ

タワー

ማማ

乗客

መንገደኛ

コンテナ

ማስቀመጫ፤ ማጠራቀሚያ

段ボール箱

ካርቶን እቃ ማሸጊያ

カート

ጋሪ፤ ተሳቢ

カゴ

ቅርጫት

離陸 / 着陸

መነሳት/ ማረፍ

都市

ከተማ

村

መንደር

都心

የከተማ ማዕከል

家

ቤት

映画館
ሲኒማ
宣伝
ማስታወቂያ
街灯
የመንገድ ዳር መብራት
通り
መንገድ
タクシー
ታክሲ
キオスク
የቁርስ መቆያ ሱቅ
歩行者
እግረኛ
舗道
ድንጋይ የተነጠፈበት የእግረኛ መንገድ
横断歩道
የእግረኛ መሻገሪያ
ゴミ箱
የቆሻሻ ማጠራቀሚያ
交差点
信号
የትራፊክ መብራቶች

小屋

ጎጆ

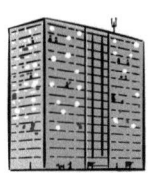

アパート

አፓርታማ

駅

የባቡር ጣቢያ

市役所

የከተማ አዳራሽ

美術館

ቤተ መዘክር

学校

ትምህርት ቤት

大学

ዩኒቨርስቲ

銀行

ባንክ

病院

ሆስፒታል

ホテル

ሆቴል

薬局

መድሐኒት ቤት

オフィス

ቢሮ

書店

መፅሐፍ መሸጫ

ショップ

ሱቅ

花屋

የአበባ መሸጫ

スーパーマーケット

የሸቀጣ ሸቀጥ መደብር

市場

ገበያ ስፍራ

デパート

መደብር

魚屋

የዓሳ ነጋዴ

ショッピングセンター

የገበያ ማዕከል

港

ወደብ

公園

መናፈሻ ቦታ

ベンチ

አግዳሚ ወንበር

橋

ድልድይ

階段

ደረጃዎች

地下鉄

ዉስጥ ለዉስጥ

トンネル

ዋሻ

バス停

የአዉቶቡስ ፌርማታ

バー

ባር

レストラン

ምግብ ቤት

ポスト

የፖስታ ሳጥን

道路標識

የመንገድ ምልክት

パーキングメーター

የመኪና ማቆሚያ ሒሳብ የሚያሰላ ማሽን

動物園

የደር እንስሳት ማቆያ

スイミングプール

የመዋኛ ገንዳ

モスク

መስጊድ

農場

እርሻ

汚染

ሚበክል ነገር

墓地

ቃብር ስፍራ

教会

ቤተ ክርስቲያን

遊び場

ወቻ ሜዳ

寺

ቤተ ቅደስ

風景

መልከዓምድር

葉
ቅጠል
道標
ምልክት
道
草地
አረንጓዴ ስክ
石
ንጋይ
ハイカー
በእግሩ ሚጓ
木
川
ወን
草
ሳር
花
አበባ

谷

ሸለቆ

山

ኮረብታ

湖

ሀይቅ

森

ጫካ

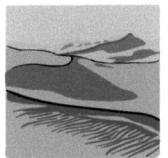

砂漠

በረሃ

火山

እሳተ ገሞራ

城

ግምብ

虹

ቀስተ ዳመና

キノコ

እንጉዳይ

ヤシの木

የቴምብር ዛፍ/ ዘንባባ

蚊

ቢንቢ/ የወባ ትንኝ

ハエ

በራሪ

蟻

ጉንዳን

ミツバチ

ንብ

クモ

ሸረሪት

カブトムシ

ጢንዚዛ

蛙

እንቁራሪት

リス

ሽኮኮ

ハリネズミ

ጃርት

ウサギ

ጥንቸል

フクロウ

ጉጉት ወፍ

鳥

ወፍ

白鳥

የዉሃ ዳክዬ

雄豚

ከርከሮ

鹿

አጋዘን

ヘラジカ

አጋዘን

ダム

ግድብ

風力タービン

በነፋስ የሚሽከረከር

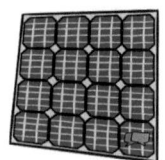

ソーラーパネル

የፀሀይ ፓኔሎ

気候

አየር ንብረት

ウェイター
አስተናጋጅ

メニュー
ማዉጫ

椅子
ወንበር

スープ
ሾርባ

ピザ
ፒዛ

刃物類
መከተፊያ

テーブルクロス
የጠረዲዛ ጨርቅ

前菜
የምግብ ፍላጎትን የሚከፍት ምግብ

メインコース
ዋና ምግብ

デザート
ማጣጣሚያ ተከታይ ምግብ

飲み物
መጠጦች

食べ物
ምግብ

ボトル
ጠርሙስ

ファストフード

ፈጣን ምግብ

屋台の食べ物

የመንገድ ምግብ

ティーポット

የሻይ ማንቆርቆሪያ

砂糖入れ

የስኳር እቃ

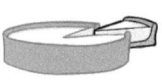

一人前

ድርሻ

エスプレッソマシン

የቡና ማፊያ ማሽን

幼児用食事椅子

ባለጌ ወንበር

請求書

የክፍያ ደረሰኝ

トレー

ትሪ

ナイフ

ቢላዋ

フォーク

ሹካ

スプーン

ማንኪያ

ティースプーン

የሻይ ማንኪያ

ナプキン

ልብስ ምግብ እንዳይነካ የሚረዳ ጨርቅ

グラス

ብርጭቆ

皿

ዝርግ ሰሀን

スープ皿

የሾርባ ጎድጓዳ ሰሀን

受け皿

የስኒ ማስቀመጫ

ソース

ማጣፈጫ ስጎ

塩入れ

የጨዉ እቃ

ペッパーミル

የተፈጨ ቃሪያ

酢

ኮምጣጤ

油

የምግብ ዘይት

スパイス

ቀመማ ቅመሞች

ケチャップ

የቲማቲም ድልህ

マスタード

ሰናፍጭ

マヨネーズ

ማዮኒዝ

スーパーマーケット
የሸቀጣ ሸቀጥ መደብር

特価品
ልዩ አቅራቦት
FOR
顧客
ደምበኛ
乳製品
የወተት ተዋፅዖ
ショッピング・
カート
ባለ ጎማ የእጅ ጋሪ
果物
ፍራፍሬ

肉屋

ሉካንዳ ነጋዴ

パン屋

መጋገርያ

重さをはかる

ክብደት መመዘን

野菜

ቅጠላ ቅጠል አትክልት

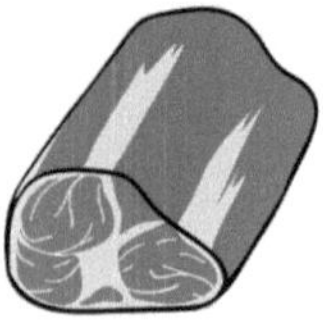

肉

ስጋ

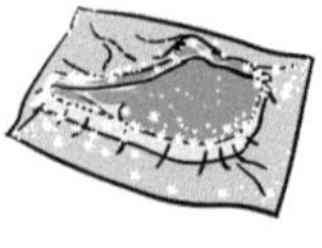

冷凍食品

የቀዘቀዘ/የረጋ ምግብ

冷肉の薄切り

ቀዝቃዛ ቁራጭ

缶詰食品

የታሸገ ምግብ

洗剤

የማጠቢያ ዱቄት

菓子

ጣፋጮች

家庭用品

የቤት ዉስጥ ዉጤቶች

清掃用品

የፅዳት ምርቶች

販売員

የሽያጭ ባለሙያ

現金箱

የገንዘብ መመዝቢያ ማሽን

レジ係

የሒሳብ ሰራተኛ

買い物リスト

የግዢ ዝርዝር

開館時刻

ክፍት ሰዓታት

財布

የኪስ ቦርሳ

クレジットカード

ክሬዲት ካርድ

バッグ

ቦርሳ

ポリ袋

የፕላስቲክ ቦርሳ

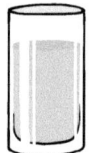

飲み物

መጠጦች

水

ውሃ

ジュース

ጭማቂ

牛乳

ወተት

コーラ

ኮካ-ኮላ

ワイン

ወይን

ビール

ቢራ

アルコール

አልኮል

ココア

ኮካ

紅茶

ሻይ

コーヒー

ቡና

エスプレッソ

የተፈላ ቡና

カプチーノ

ካፑቺኖ

バナナ

ሙዝ

リンゴ

ፖም

オレンジ

ብርቱካን

メロン

ሀብሀብ

レモン

ሎሚ

ニンジン

ካሮት

ニンニク

ነጭ ሽንኩርት

竹

ሸምበቆ

玉ねぎ

ቀይ ሽንኩርት

キノコ

እንጉዳይ

ナッツ

ለዉዝ

ヌードル

የህፃናት ምግብ

スパゲッティ

ፓስታ

米

ሩዝ

サラダ

ሰላጣ

フライドポテト

የድንች ጥብስ

フライドポテト

ድንች ጥብስ

ピザ

ፒዛ

ハンバーガー

ዳቦ ዉስጥ በስሱ ተጠብሶ የገባ ስጋ

サンドウィッチ

ንድዊች

カツレツ

ጥሬ ስጋ

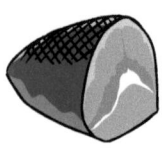

ハム

የ ማ ስጋ

サラミ

በቅመምና በጨዉ የታሸ ምግብ ቀዝቅዞ የሚበላ ሾርባ ምግብ

ソーセージ

ቋሊማ

鶏肉

ዶሮ

焼き

ጥብስ

魚

麦のお粥

የአጃ ገንፎ

ムーズリ

ከወተት ጋር ተደባልቀዉ የሚበሉ ምግቦች

コーンフレーク

የበቆሎ ቅርፊት

小麦粉

ዱቄት

クロワッサン

ኩራሳ

ロールパン

ድብልብል ዳቦ

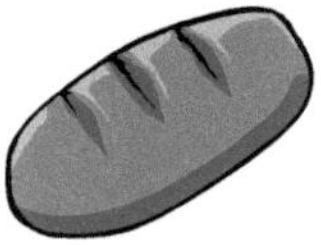

パン

ዳቦ

トースト

መጥበስ

ビスケット

ብስኩት

バター

ቅቤ

カッテージチーズ

እርጎ

ケーキ

ኬክ

卵

እንቁላል

目玉焼き

እንቁላል ጥብስ

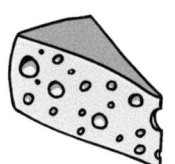

チーズ

አይብ

アイスクリーム

የበረዶ ክሬም

砂糖

ስኳር

はちみつ

ማር

ジャム

ማርማላት

ヌガークリーム

የተናጠ የወተት ክሬም

カレー

ማጣፈጫ

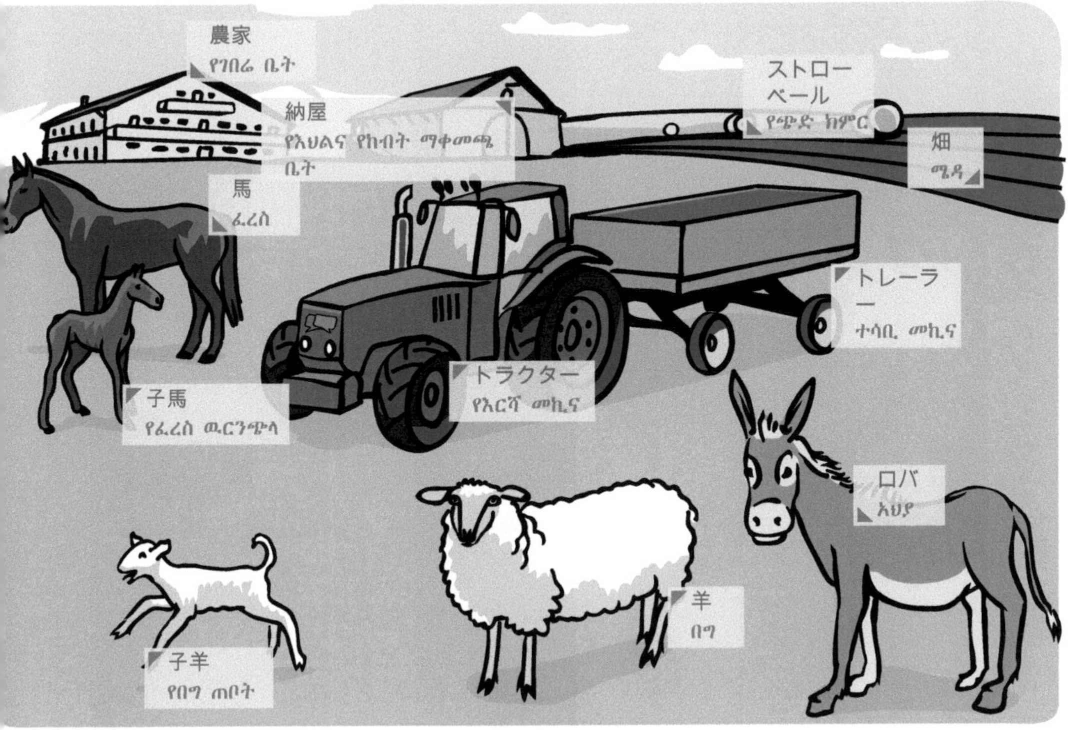

እርሻ

農家
የገበሬ ቤት
納屋
የእህልና የከብት ማቀመጫ ቤት
ストロー
ベール
畑
ሜዳ
馬
ፈረስ
トレーラー
ተሳቢ መኪና
トラクター
የእርሻ መኪና
子馬
የፈረስ ዉርንጭላ
ロバ
አህያ
羊
በግ
子羊
የበግ ጠቦት

ヤギ

ፍየል

雌牛

ላም

子牛

ጥጃ

豚

አሳማ

子豚

ግልገል አሳማ

雄牛

ኮርማ

ガチョウ

ዝይ

アヒル

ዳክዬ

ひよこ

የዶሮ ጫጩት

にわとり

ዶሮ

おんどり

አዉራ ዶሮ

ネズミ

አይጥ

猫

ደድመት

ねずみ

አይጥ

雄牛

በሬ

犬

ዉሻ

犬小屋

የዉሻ ቤት

散水ホース

የአትክልት ቦታ

じょうろ

ዉሃ ማጠጫ ባልዲ

大鎌

ረጅም ማጭድ

すき

ማረሻ

草刈り鎌

ማጭድ

くわ

መኮትኮቻ

堆肥用フォーク

የእህል መንሽ

斧

መጥረቢያ

手押し車

ኩርኩር/ የእጅ ጋሪ

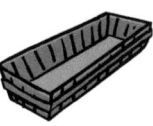

かいばおけ

ገንዳ

牛乳缶

የወተት ዕቃ

袋

ጆንያ ከረጢት

フェンス

አጥር

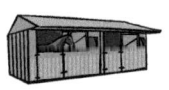

畜舎

የፈረስ ጋጣ

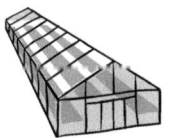

温室

ዕፅዋት ማሳደጊያ የመስታዉት
ቤት

土壌

አፈር

種

ዘር

肥料

የመሬት ማዳበሪያ

コンバイン

ጥምር ማረሻ

収穫する

ዝመራ መሰብሰብ

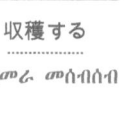

収穫

ዝመራ

ヤマイモ

ንኙ

小麦

ስንዴ

大豆

ሶያ

じゃがいも

ንኙ

トウモロコシ

በቆሎ

菜種

የከብት መኖ

果樹

የፍሬ ዛፍ

キャッサバ

የካሳቫ ዛፍ

穀物

እህል

ቤት

煙突
የጪስ ማዉጫ
屋根
ጣራ
排水管
窓
መስኮት
呼び鈴
የበር ደወል
車庫
ጋራዥ
ドア
በር
ゴミ箱
የቀቆሻሻ ማጠራቀሚያ
郵便受け
ፖስታ ሳጥን
庭
የአትክልት ቦታ

リビングルーム

ሳሎን

浴室

መታጠቢያ ቤት

台所

ማድቤት

寝室

መኝታ ቤት

子供部屋

የልጅ ክፍል

ダイニング・ルーム

መመገቢያ ክፍል

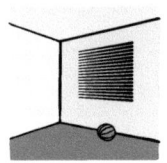

床

ወለል

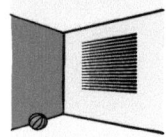

壁

ግድግዳ

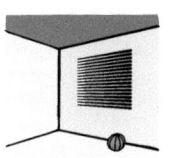

天井

ጣሪያ

地下貯蔵庫

ምድር ቤት

サウナ

በእንፋሎት ሙቀት መታጠቢያ ቤት

バルコニー

ሰገነት

テラス

ከፍ ያለ መደብ

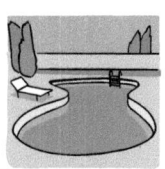

プール

መዋኛ ገንዳ

芝刈り機

ጨጃ መኪና

シーツ

አንሶላ

ベッドカバー

አልጋ ልብስ

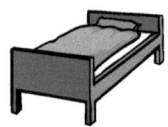

ベッド

አልጋ

ほうき

መ ረጊያ

バケツ

ባልዲ

スイッチ

ብሪያና ፊያ

リビングルーム

ሳሎን

壁紙
የግድግዳ ወረቀት
絵
ፎቶ
መብራት
棚
መደርደሪያ
食器棚
ቁም ሳጥን፣ ካቢኔ
テレビ
暖炉
የእሳት መሞቂያ
花
አበባ
クッション
ትራስ
ソファ
ሶፋ
花瓶
የአበባ ማስቀመጫ
リモコン
ሪሞት ኮንትሮል

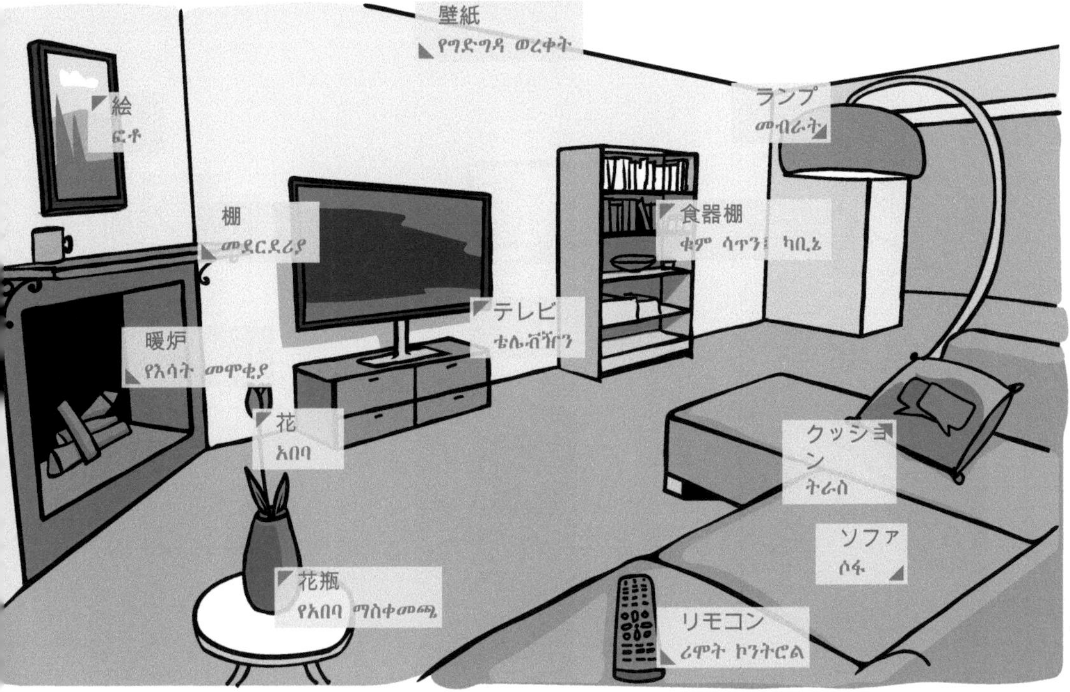

カーペット

ንጣፍ

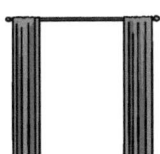

カーテン

መጋረጃ

テーブル

ጠረጴዛ

椅子

ወንበር

ロッキングチェア

ተወዛዋዥ ወንበር

ひじ掛け椅子

ባለመደገፊያ ወንበር

本

መጽሐፍ

毛布

ብርድ ልብስ

飾り

ጌጥ

たきぎ

ማገዶ

映画

ፊልም

ステレオ

የሙዚቃ መማጫወቻ

鍵

ቁልፍ

新聞

ጋዜጣ

絵画

ስዕል

ポスター

የተለጠፈ ማስታወቂያ እንደ ስዕል

ラジオ

ራዲዮ

メモ帳

ማስታወ ደብተር

掃除機

የ የር ማፅጃ ለምንጣፍ

サボテン

ቁልቋል

ろうそく

ማ

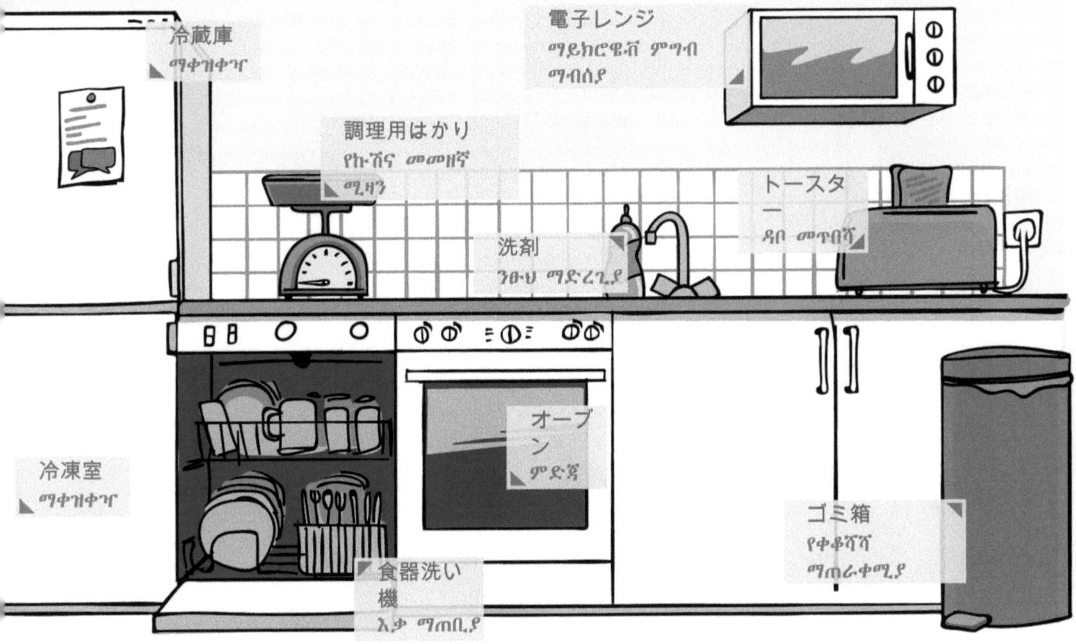

冷蔵庫
ማቀዝቀዣ
電子レンジ
ማይክሮዌቭ ምግብ ማብሰያ
調理用はかり
የኩሽና መመዘኛ ሚዛን
トースター
ዳቦ መጥበሻ
洗剤
ንፁህ ማድረጊያ
冷凍室
ማቀዝቀዣ
オーブン
ምድጃ
ゴミ箱
የቀቶሻሻ ማጠራቀሚያ
食器洗い機
እቃ ማጠቢያ

こんろ

ምግብ አብሳይ

鍋

ማሰሮ

鉄鍋

የብረት ማሰሮ

中華鍋/ カダイ鍋

ምግብ ማብሰያ ዝርግ ድስት

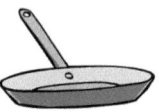

フライパン

የምግብ መጥበሻ

やかん

ማንቆርቆሪያ

蒸し器

የእንፋሎት ማብሰያ

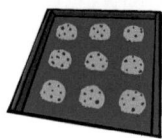

天板

የመጋገሪያ ትሪ

食器

ሰብስቦች

マグカップ

ትልቅ ኩባያ

ボウル

ጎድጓዳ ሳህን

箸

ቾፕስቲክስ

おたま

ጭልፋ

へら

መሰቅሰቂያ ዝርግ ማንኪያ

泡立て器

ማደባለቂያ

こし器

መወጠሪያ

ふるい

ወንፊት

すりおろし器

መፈርፈሪያ መሳሪያ

すり鉢

ሲሚንቶ

バーベキュー

የፍም ጥብስ

かまど

የተለቀቀ እሳት

まな板

መክተፊያ

麺棒

ተንሸራታች መርፌ

栓抜き

የጠርሙስ መክፈቻ

缶

ጣሳ

缶切り

የጣሳ መክፈቻ

鍋つかみ

የማሰሮ መሸፈኛ

流し

ሳህን ማጠቢያ

ブラシ

ብሩሽ

スポンジ

ስፖንጅ

ミキサー

መደባለቂያ መሳሪያ

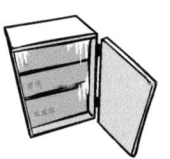

冷凍庫

በጣም ማቀዝቀዣ

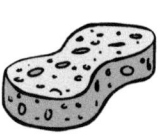

哺乳瓶

ጡጦ

蛇口

ቧንቧ

浴室

መታጠቢያ ቤት

ヒーター
ማሞቂያ
タオル
ፎጣ
シャワー
መታጠቢያ
シャワーカーテン
የመታጠቢያ ቤት መጋረጃ
泡風呂
የአረፋ መታጠቢያ
浴槽
የመታጠቢያ ገንዳ
グラス
ብርጭቆ
洗濯機
የልብስ ማጠቢያ
蛇口
ቧንቧ
タイル
ማዕዘን ወለል
おまる
流し
ሳህን ማጠቢያ

トイレ

ሽንት ቤት

和式トイレ

የሽንት ቤት መቀመጫ

ビデ

ሳፋ

小便器

የመንገድ ዳር መሽኛ

トイレットペーパー

የሽንት ቤት ወረቀት

トイレブラシ

የሽንት ቤት ማፅጃ ብሩሽ

歯ブラシ

የጥርስ ብሩሽ

歯みがき

የጥርስ ሳሙና

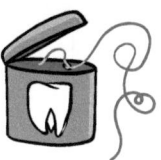

デンタルフロス

የጥርስ ማፅጃ ክር

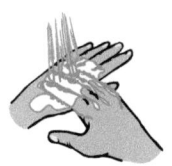

洗う

መታጠብ

シャワーヘッド

የእጅ መታጠቢያ

ハンドビデ

መታጠቢያ

洗面台

ጎድጓዳ ሳህን

ボディブラシ

የጀርባ ብሩሽ

石鹸

ሳሙና

シャワー用ジェル

የመታጠቢያ የሚዝለገለግ ሳሙና

シャンプー

የፀጉር መታጠቢያ ሳሙና

浴用タオル

ለስላሳ ጨርቅ

排水口

ፍሳሽ

クリーム

ክሬም

消臭

ጠረን መቀየሪያ ንጥረ ነገር

鏡

መስታወት

手鏡

የእጅ መስታወት

かみそり

ምላጭ

シェービング· フォーム

የመላጫ አረፋ

アフターシェーブローション

ከመላጨት በኋላ የሚቀባ ሽቱ

櫛

ማበጠሪያ

ブラシ

ብሩሽ

ドライヤー

የፀጉር ማድረቂያ

ヘアスプレー

በፀጉር ላይ የሚነፋ

化粧

የፊት መቀባቢያ

口紅

የከንፈር ቀለም

マニキュア

የጥፍር ቀለም

脱脂綿

የጥጥ ሱፍ

爪切り

ጥፍር መቁረጫ

香水

ሽቶ

洗面用具入れ

ማጠቢያ ባልዲ

スツール

መቀመጫ

体重計

ሚዛን

バスローブ

የመታጠቢያ ልብስ

ゴム手袋

የላስቲክ ጓንት

タンポン

ሞዴስ

生理用ナプキン

የፅዳት ፎጣ

ケミカルトイレ

የሽንት ቤት ኬሚካል

子供部屋

የልጅ ክፍል

目覚まし時計
የማንቂያ ደወል ሰዐት
ぬいぐるみ
የህፃን አሻንጉሊት
おもちゃの自
動車
የመጫወቻ
መኪና
がらがら
ማንገጫገጫ
መጫወቻ
ドール・ハウ
ス
የአሻንጉሊት ቤት
プレゼン
ト
ስጦታ

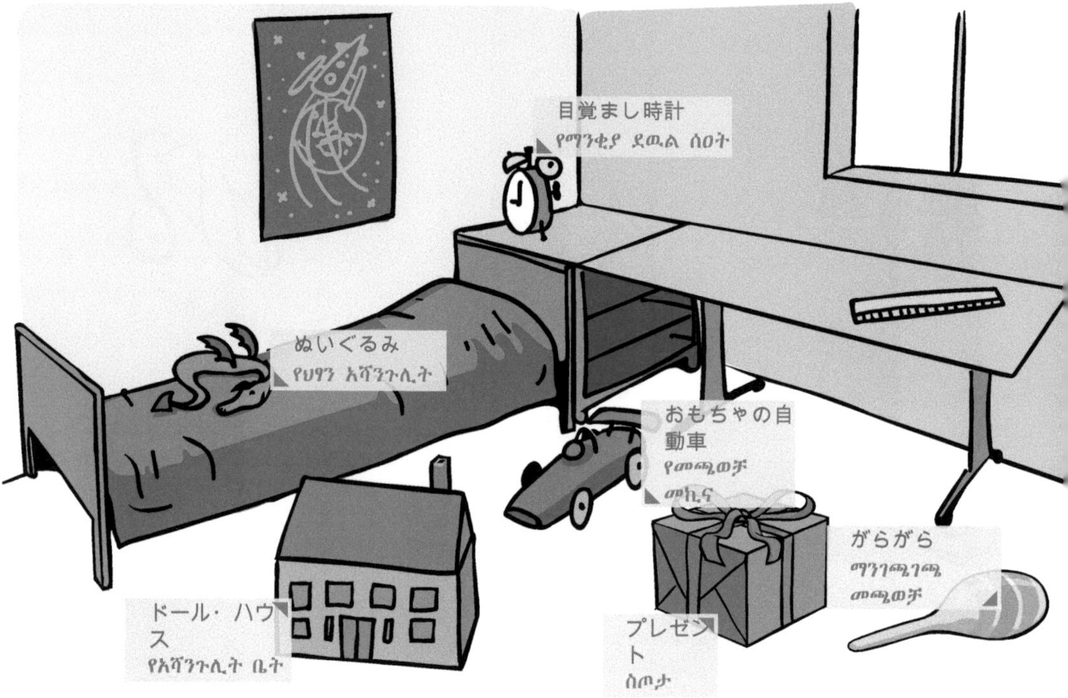

風船

ፊኛ

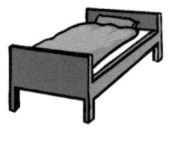

ベッド

አልጋ

ベビーカー

የህፃን ማንሸራሸሪያ ጋሪ

カードゲーム

የካርታ መጫወቻ

ジグソーパズル

ቁርጥራጭ ምስሎችን የማገጣጠም
እና ምስል የማግኘት ጨዋታ

漫画

አዝናኝ

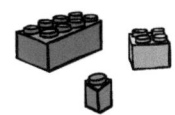

レゴ

ተገጣጣሚ መጫወቻ

玩具ブロック

የመጫወቻ መገጣጠሚያዎች

アクションフィギュア

የድርጊት ምስል

ロンパース

የህፃን እድገት

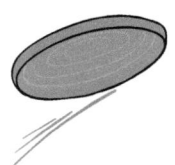

フリスビー

የፕላስቲክ መጫወቻ ዝርግ ሰሀን

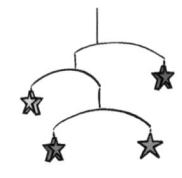

モバイル

ተወዛዋዥ የህፃን ማጫወቻ

ボードゲーム

የሰሌዳ ጨዋታ

さいころ

የመጫወቻ ጠጠር

鉄道模型

የመጫወቻ ባቡር

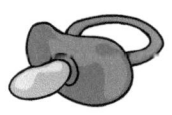

おしゃぶり

የእንጀራ እናት ጡጦ

パーティー

ድግስ

絵本

የስዕል መፅሀፍ

ボール

ኳስ

人形

አሻንጉሊት

遊ぶ

መጫወት

砂場

የአሸዋ መጫወቻ

ブランコ

ዥዋዥዌ

おもちゃ

መጫወቻዎች

ゲーム機

የቪዲዮ መጫወቻ

三輪車

ባለ ሶስት ጎማ ብስክሌት

テディベア

የአሻንጉሊት ድብ

衣装ダンス

ቁምሳጥን

衣服

አልባሳት

靴下

ሊሲዎች

ストッキング

ስቶኪንጎች

タイツ

ታይት

スカーフ
የአንገት ልብስ

ベルト
ቀበቶ

雨傘
ጃንጥላ

Tシャ
ツ
ከናቴራ

ブーツ
ቦቲ

スニーカ
ー
ስኒከሮች

スリッパ
የቤት ውስጥ ነጠላ
ጫማ

サンダル
....
ነጠላ ጫማዎች

靴
....
ጫማዎች

ゴム長靴
....
የዝናብ ቡትስ

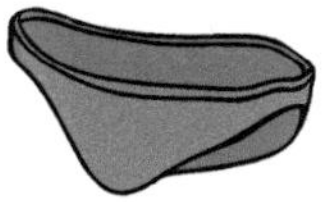

パンツ
....
ሙታንታ

ブラ
....
ጡት መያዣ

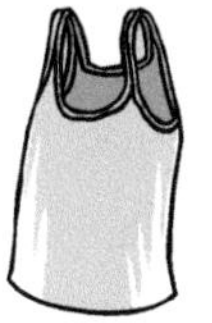

ベスト
....
ስደርያ

衣服 - አልባሳት   45

ボディースーツ

ዉነት

ズボン

ሪዎች

ジーンズ

ጅንስ

スカート

ርድ ቀሚስ

ブラウス

ሚዝ

シャツ

ሚዝ

セーター

የሚጠለቅ ሹራብ

パーカー

ሹራብ

ブレザー

ኒፎርም ጃኬት

ジャケット

ጃኬት

コート

ኮት

レインコート

የዝናብ ኮት

服装

ብስ

ドレス

ቀሚስ

ウェディングドレス

የሙሽራ ቀሚስ

スーツ

ሱፍ

ナイトガウン

የለሊት ልብስ

パジャマ

የለሊት ልብስ

サリー

ረጅም ቀሚስ

ヘッドスカーフ

ሂጃብ

ターバン

ጥምጣም

ブルカ

ቡርቃ

カフタン

ሸርጥ

アバヤ

አባያ

水着

የዋና ልብስ

トランクス

አጭር ቁምጣ

半ズボン

ቁምጣዎች

スウェットスーツ

የስራ ቱታ

エプロン

ሽርጥ

手袋

ጓንት

ボタン

ቁልፍ

メガネ

መነፅር

ブレスレット

አምባር

ネックレス

የአንገት ሀብል

指輪

ቀለበት

イヤリング

የጆሮ ጌጥ

帽子

ኮፍያ

ハンガー

የኮት መስቀያ

帽子

ኮፍያ

ネクタイ

ከረቫት

ファスナー

ዚፕ

ヘルメット

የብረት ቆብ

サスペンダー

መደገፊያ

制服

የትምህርት ቤት የደንብ ልብስ

ユニフォーム

የደንብ ልብስ

よだれかけ

መሃረብ

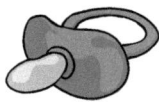

おしゃぶり

የእንጀራ እናት ጡጦ

おむつ

ሽንት ጨርቅ

オフィス

ቢሮ

サーバ
ማስራጫ ጣቢያ

書類キャビネット
የፋይል መደርደሪያ ካቢኔ

プリンター
የህትመት መሳሪያ

紙
ወረቀት

モニター
መቆጣጠሪያ

事務机
መገልጋያ ጠረጴዛ

マウス
ማውዝ

フォルダー
ማህደር

キーボード
የመጻፊ ፊደላቶች

コンピューター
ኮምፒወተር

椅子
ወንበር

ごみ箱
የቆሻሻ ወረቀት መጣያ ቅርጫት

コーヒーマグ

የቡና መጠጫ ትልቅ ኩባያ

計算機

ማስሊያ ማሽን

インターネット

ኢንተርኔት

ラップトップ

ላፕቶፕ

手紙

ደብዳቤ

メッセージ

መልዕክት

携帯電話

ተንቀሳቃሽ ስልክ

ネットワーク

የግንኙነት አዉታር

コピー機

ማባዣ ማሽን

ソフトウェア

ሶፍትዌር

電話

ስልክ

コンセント

የግድግዳ ሶኬት

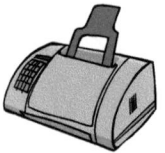

ファックス

የፋክስ ማሽን

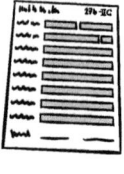

フォーム

ቅፅ

書類

ሰነድ

買う

መግዛት

支払う

መክፈል

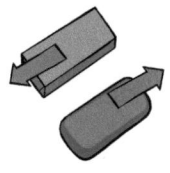

取引する

መነገድ

お金

ገንዘብ

ドル

ዶላር

ユーロ

ዩሮ

円

የን

ルーブル

ሩብል

スイスフラン

የስዊዝ ፍራንክ

人民元

ሬንሚንቢ ዩዋን

ルピー

ሩጺ

キャッシュポイント

የገንዘብ ነጥብ

両替所

የዉጭ ገንዘብ ምንዛሪ ቢሮ

金

ወርቅ

銀

ብር

油

ዘይት

エネルギー

ሀይል፤ ጉልበት

価格

ዋጋ

契約

ግንኙነት

税金

ቀረጥ

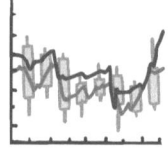

株

አክስዮን

働く

መስራት

従業員

ተቀጣሪ

雇用主

ቀጣሪ

工場

ፋብሪካ

ショップ

ሱቅ

職業

የስራ ሙያዎች

警察官
የፖሊስ አዛዥ
消防士
የእሳት አደጋ ሰራተኛ
コック
ምግብ አብሳይ
医師
ዶክተር
パイロット
አብራሪ

庭師

አትክልተኛ

大工

አናጢ

お針子

ልብስ ሰፊ ሴት

裁判官

ዳኛ

化学者

ቀማሚ

俳優

ተዋናይ

バスの運転手

የአዉቶቢስ ሹፌር

タクシー運転手

የታክሲ ሹፌር

漁師

አሳ አጥማጅ

掃除婦

ፅዳት ሰራተኛ

屋根ふき職人

የጣራ ሰራተኛ

ウェイター

አስተናጋጅ

ハンター

አዳኝ

塗装工

ሰዓሊ

パン屋

ጋጋሪ

電気工

የኤሌትሪክ ሰራተኛ

建設作業員

ገምቢ

エンジニア

መሃንዲስ

肉屋

ልኳንዳ

配管工

የቧንቧ ሰራተኛ

郵便配達人

የፖስታ ሰራተኛ

軍人

ወታደር

建築家

መሃንዲስ

レジ係

የሒሳብ ሰራተኛ

花屋

አበባ ሻጭ

美容師

የፀጉር ሰራተኛ

車掌

ቲኬት ቆራጭ

機械工

መካኒክ

キャプテン

ካፒቴን

歯科医

የጥርስ ሐኪም

科学者

ተመራማሪ

ラビ

መምህር

イスラム導師

የሙስሊም ሃይማኖታዊ መሪ

修道士

መነኩሴ

牧師

ካህን

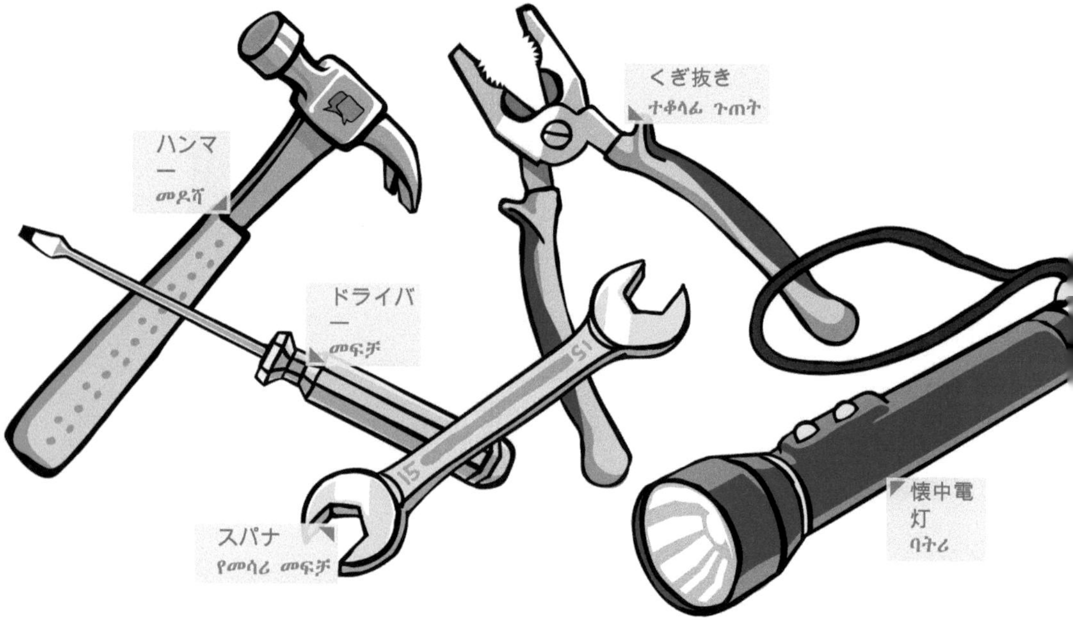

道具

መሳሪያዎች

ハンマー
መዶሻ
くぎ抜き
ドライバー
スパナ
የመሳሪ መፍቻ
懐中電灯
ባትሪ

掘削機

በቁፋሮ የሚዝቅ

道具箱

የመፍቻ ሳጥን

はしご

መሰላል

のこぎり

መጋዝ

釘

ምስማር

ドリル

መሰርሰሪያ

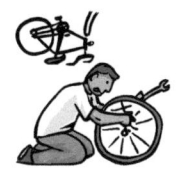

修理する

መጠገን

シャベル

አካፋ

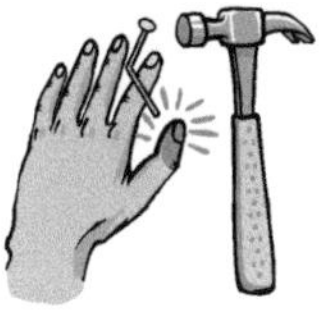

クソ！

የተረገመ!

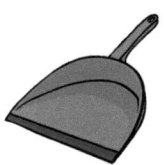

ちりとり

ቆሻሻ ማፈሻ

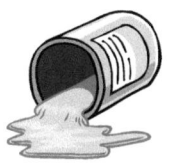

ペンキ缶

የቀለም ቆርቆሮ

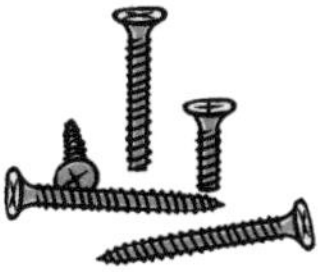

ネジ

ብሎን

楽器

የሙዚቃ መሳሪያዎች

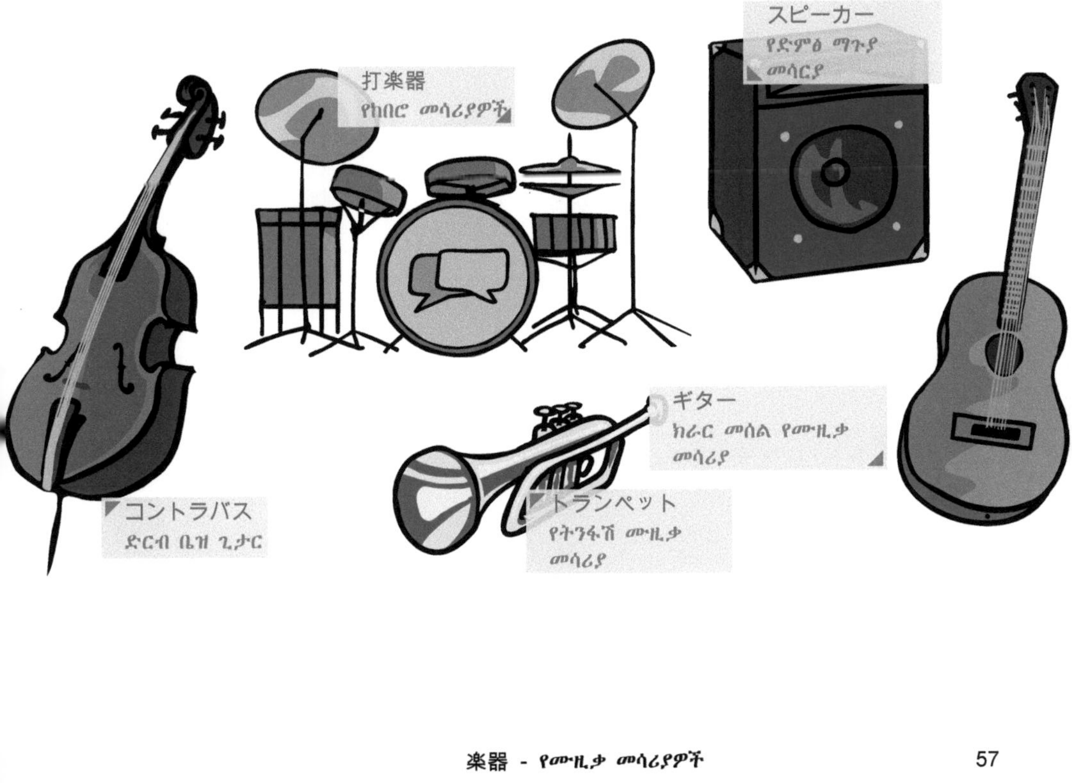
スピーカー
የድምፅ ማጉያ መሳርያ
打楽器
የከበሮ መሳሪያዎች
ギター
ክራር መሰል የሙዚቃ መሳሪያ
コントラバス
ድርብ ቤዝ ጊታር
トランペット
የትንፋሽ ሙዚቃ መሳሪያ

ピアノ

ፒያኖ

バイオリン

ቫዮሊን

バス

ወፍራም ፤ ጎርናና ድምፅ ያለዉ ክራር መሰል ሙዚቃ መሳሪያ

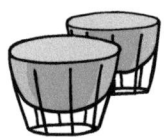

ティンパニ

ነጋሪት

ドラム

ከበሮ

キーボード

በኤሌክትሪክ የሚሰራ ፒኖ

サックス

የትንፋሽ ሙዚቃ መሳሪያ

フルート

ዋሽንት

マイクロフォン

የድምፅ ማጉያ

虎
ነብር
入口
おり
ሳጥን
シマウマ
የሜዳ አህያ
飼料
የእንስሳ ምግብ
パンダ
ትልቅ ድብ

動物

እንስሳቶች

象

ዝሆን

カンガルー

ካንጋሮ

サイ

አዉራሪስ

ゴリラ

ትልቅ ዝንጀሮ

熊

ድብ

ラクダ

ግመል

ダチョウ

ሰጎን

ライオン

አንበሳ

猿

ጦጣ

フラミンゴ

ቅልጥመ ረዥም ወፍ

オウム

በቀቀን

白クマ

የወዋልታ ድብ

ペンギン

የዋልታ ወፎች

サメ

ረጅም ጥርሶች ያሉትአሳ ነባሪ

クジャク

ጣዎስ

蛇

እባብ

ワニ

አዞ

飼育係

የዱር አራዊት የሚጠበቁበት
ማቆያን የሚጠብቅ

アザラシ

አሳ በሊታ የባህር እንስሳ

ジャガー

የዱር ድመት

ポニー

ድንክ ፈረስ

ヒョウ

ነብር

カバ

ጉማሬ

キリン

ቀጭኔ

鷲

ንስር

雄豚

ከርከሮ

魚

አሳ

亀

የባህር ኤሊ

セイウチ

የባህር አውሬ

狐

ቀበሮ

ガゼル

የሜዳ ፍየል፤ ሚዳቋ

アメフト
የአሜሪካ እግርኳስ

サイクリング
የብስክሌት ስፖርት

テニス
ቴኒስ

バスケット
ボール
የቅርጫት ኳስ

水泳
ዋና

ボクシング
የቡጢ ስፖርት

アイスホッケー
በበረዶ ላይ የገና ጨዋታ

サッカー

እግር ኳስ

バドミントン

የላባ ኳስ ጨዋታ

陸上競技

አትሌቲክስ

ハンドボール

የእጅ ኳስ ስፖርት

スキー

የበረዶ መንሸራተት ስፖርት

ポロ

ፈረስ ግልቢያ

活動

እንቅስቃሴዎች

跳ぶ
መ ለል
抱きしめる
ቀፍ
笑う
መሳቅ
歩く
መራመድ
歌う
መዘመር
夢見る
ልም ለም
祈る
መፀለይ
キス
መሳም

書く

መ ፍ

描く

መሳል

示す

ሳየት

押す

መ ፋት

与える

መስጠት

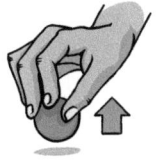

取る

መዉሰድ

持っている

መያዝ

する

ማድረግ

ある

መሆን

立つ

መቆም

走る

መሮጥ

引く

መሳብ

投げる

መወርወር

落ちる

መዉደቅ

横たわっている

መዋሸት

待つ

መጠበቅ

運ぶ

መሸከም

座る

መቀመጥ

着る

መልበስ

眠る

መተኛት

目が覚める

መንቃት

見る

መመልከት

泣く

ማለልቀስ

なでる

መጫር

櫛ですく

ማበጠር

話す

ማዉራት

理解する

መረዳት

質問する

ጥያቄ

聞く

ማዳመጥ

飲む

መጠጣት

食べる

መብላት

片づける

ማንፃት

愛する

ማፍቀር

料理する

ምግብ ማብሰል

運転する

መንዳት

飛ぶ

መብረር

ヨットに乗る

መርከብ መንዳት

計算する

ቁጥሮችን ማስላት

読む

ማንበብ

学ぶ

መማር

働く

መስራት

結婚する

ማግባት

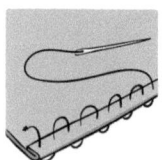

縫う

መስፋት

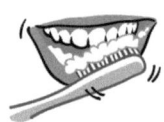

歯を磨く

ጥርስ መቦረሽ

殺す

መግደል

喫煙する

ማጨስ

送る

መላክ

祖母
የሴት አያት

祖父
የወንድ አያት

父
አባት

母
እናት

赤ん坊
ህፃን

娘
ሴት ልጅ

息子
ወንድ ልጅ

お客様

እንግዳ

おば

አክስት

おじ

አጎት

兄弟

ወንድም

姉妹

እህት

体

አካል

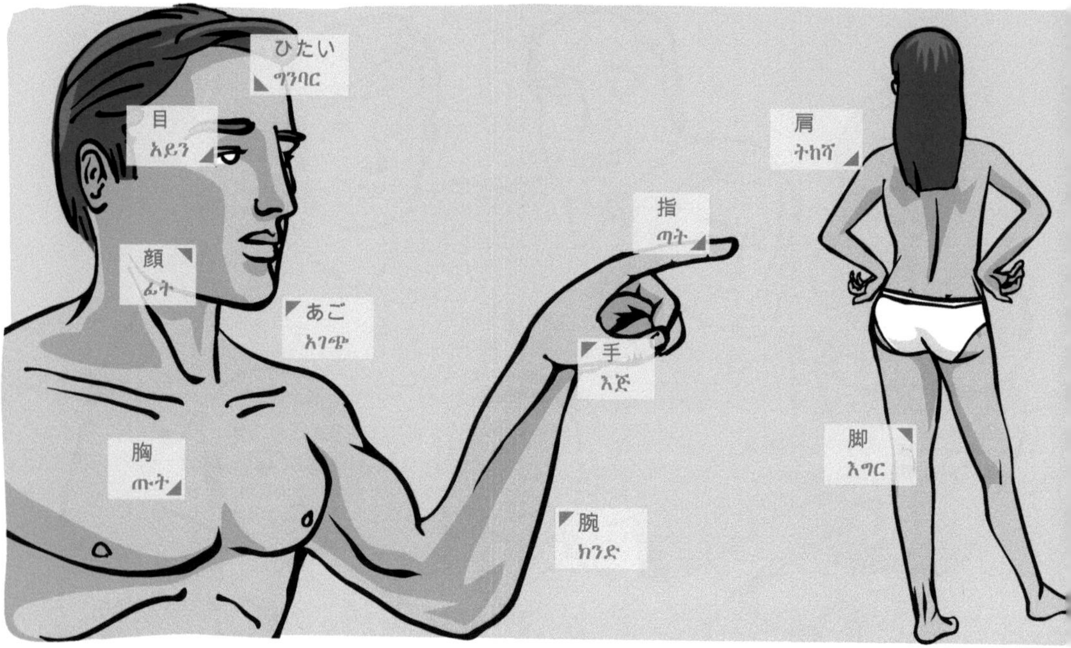

ひたい
ግንባር
目
አይን
顔
ፊት
あご
አገጭ
指
ጣት
手
እጅ
胸
ጡት
腕
ክንድ
肩
ትከሻ
脚
እግር

赤ん坊
ህፃን

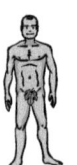

男性
ሰዉ

女性
ሴት

少女
ልጃገረድ

少年
ወንድ ልጅ

頭
ራስ

背中

ጀርባ

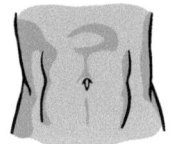

腹

ሆድ

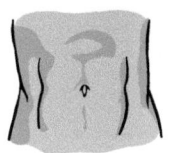

へそ

እምብርት

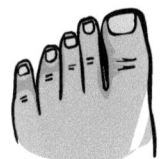

足指

የእግር ጣት

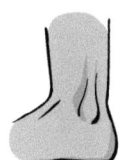

かかと

ተረከዝ

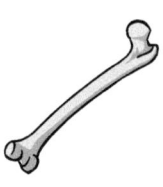

骨

አጥንት

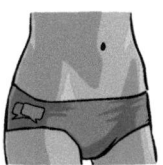

腰

ዳሌ

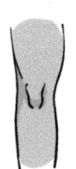

ひざ

ጉልበት

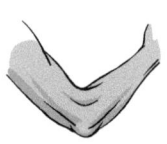

ひじ

ክርን

鼻

አፍንጫ

尻

ቂጥ

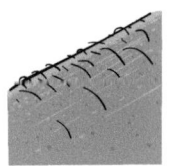

皮膚

ቆዳ

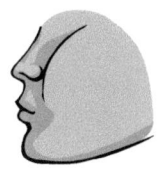

頬

ጉንጭ

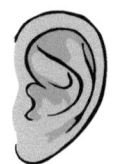

耳

ጆሮ

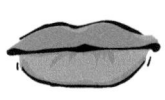

唇

ከንፈር

体 - አካል

69

口

አፍ

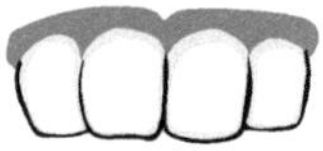

歯

ጥርስ

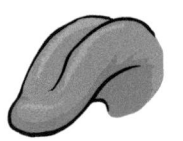

舌

ምላስ

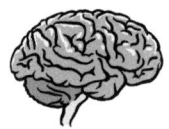

脳

አንጎል

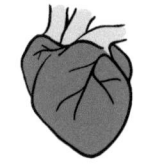

心臓

ልብ

筋肉

ጡንቻ

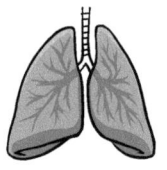

肺

ሳምባ

肝臓

ጉበት

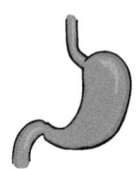

胃

ሆድ

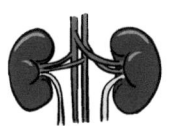

腎臓

ኩላሊቶች

セックス

የግብረስጋ ግንኙነት

コンドーム

ኮንዶም

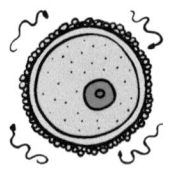

卵細胞

የሴት እንቁላል

精液

የዘር ፈሳሽ

妊娠

እርግዝና

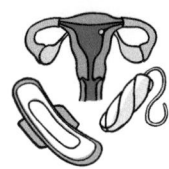

月経

የወር አበባ

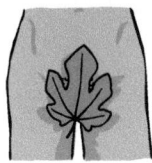

膣

እምስ

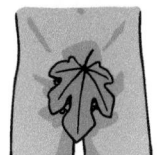

ペニス

ቁላ

眉

ቅንድብ

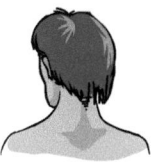

髪

ፀጉር

首

አንገት

病院

ሆስፒታል

救急車
አምቡላንስ
車椅子
ተሽከርካሪ ወንበር
骨折
ስብራት

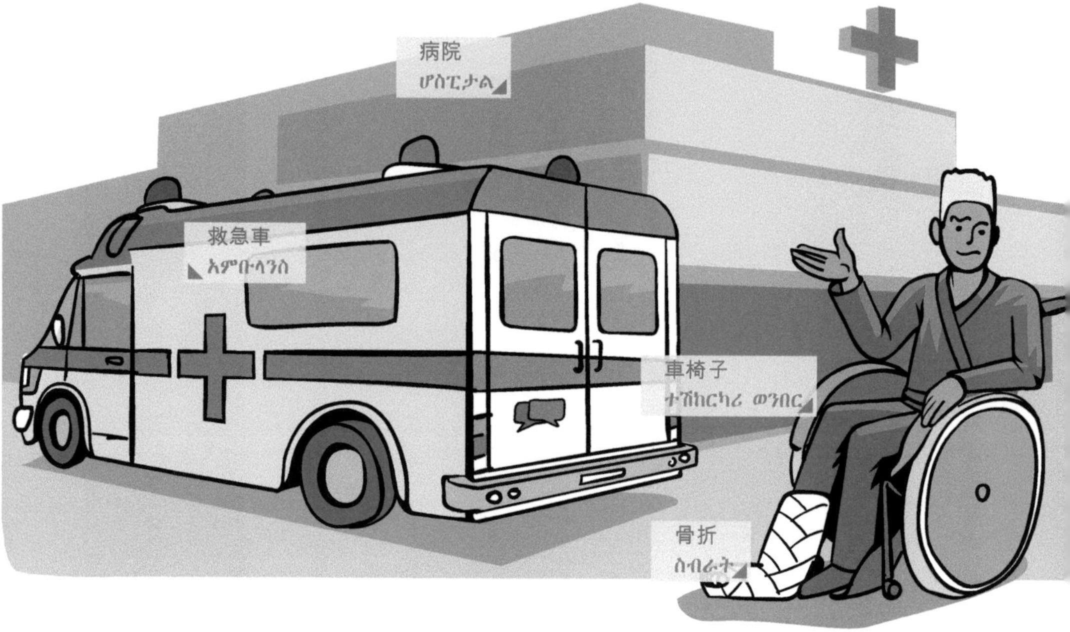

医師

ዶክተር

救急治療室

ድንገተኛ ክፍል

看護師

ነርስ

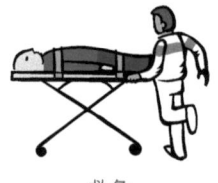

救急

ድንገተኛ

失神

ራስን መሳት/ አለማወቅ

痛み

ህመም

けが

ጉዳት

出血

መድማት

心臓発作

የልብ ድካም

脳卒中

ስትሮክ

アレルギー

አለርጂ

咳

ሳል

熱

ትኩሳት

インフルエンザ

ኢንፍሉዌንዛ

下痢

ተቅማጥ

頭痛

የራስ ምታት

癌

ካንሰር

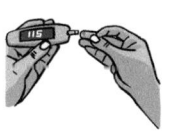

糖尿病

የስኳር በሽታ

外科医

ቀዶ ጠጋኝ ሐኪም

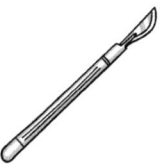

外科用メス

የቀዶ ጥገና ስለት

手術

ቀዶ ጥገና

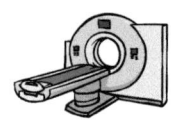

CT

ሲቲ

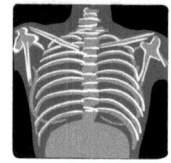

レントゲン

ኤክስሬዩ

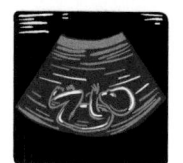

超音波

አልትራሳዉንድ

マスク

የፊት ጭምብል

病気

በሽታ

待合室

መጠበቂያ ክፍል

松葉づえ

ምርኩዝ

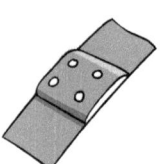

ばんそうこう

የቁስል ማሸጊያ

包帯

ፋሻ

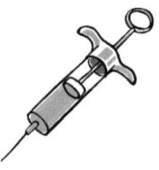

注射

መርፌ

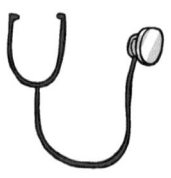

聴診器

የልብ ምት ማዳመጫ መሳሪያ

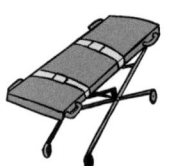

担架

የበሽተኛ አልጋ

体温計

የህክምና ሙቀት መለኪያ መሳሪያ

出産

መውለድ

肥満

ክልክ ያለፈ ክብደት

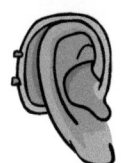

補聴器

ለመስማት የሚረዳ መሳሪያ

消毒剤

ፀረ ተባይ መድሀኒት

感染

ማመርቀዝ

ウイルス

ቫይረስ

HIV / エイズ

ኤች አይቪ, ኤድስ

内服薬

ህክምና

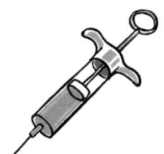

予防接種

ክትባት

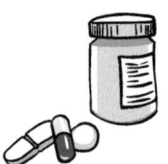

錠剤

ኪኒን

ピル

ኪኒን

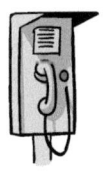

緊急電話

አስቸኳይ የስልክ ጥሪ

血圧計

ደም ግፊት መቆጣጠሪያ

病気の / 健康な

ህመም/ ጤንነት

救急

ድንገተኛ

助けて！

እርዳታ!

アラーム

ማንቂያ ደወል

暴行

ጥቃት

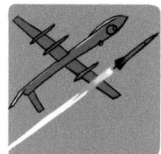

攻撃

ድብደባ

危険

አደጋ

非常口

የድንገተኛ መውጫ

火事だ！

እሳት!

消火器

እሳት ማጥፊያ

事故

አደጋ

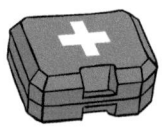

救急箱

የመጀመሪያ እርዳታ መድሃኒት መያዣ

SOS

ነፍስ አድን

警察

ፖሊስ

ヨーロッパ

አዉሮፓ

北米

ሰሜን አሜሪካ

南米

ደቡብ አሜሪካ

アフリカ

አፍሪካ

アジア

እስያ

オーストラリア

አዉስትራሊያ

大西洋

አትላንቲክ

太平洋

ፓስፊክ

インド洋

የህንድ ዉቅያኖስ

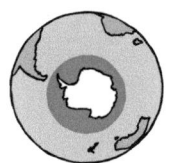

南極海

አንታርክቲክ ዉቅያኖስ

北極海

አርክቲክ ዉቅያኖስ

北極

ሰሜን ዋልታ

南極
....
ደቡብ ዋልታ

南極大陸
....
አንታርክቲካ

地球
....
ምድር

陸
....
መሬት

海
....
ባህር

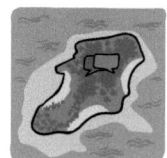

島
....
ደሴት

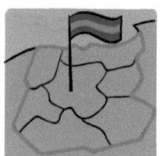

国家
....
አገርና ህዝብ

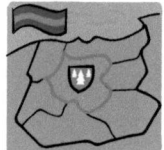

国家
....
መንግስት

地球 - ምድር

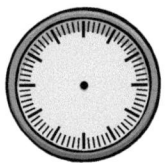

時計

ሰዓት

文字盤

የሰዓት ገፅታ

短針

ሰዓት

長針

ደቂቃ

秒針

ሴኮንድ

何時ですか？

ስንት ሰዓት ነው?

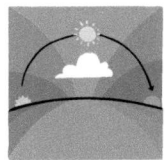

日

ቀን

時間

ጊዜ

現在

አሁን

デジタル時計

የቁጥር ሰዐት

分

ደቂቃ

時間

ሰዓታት

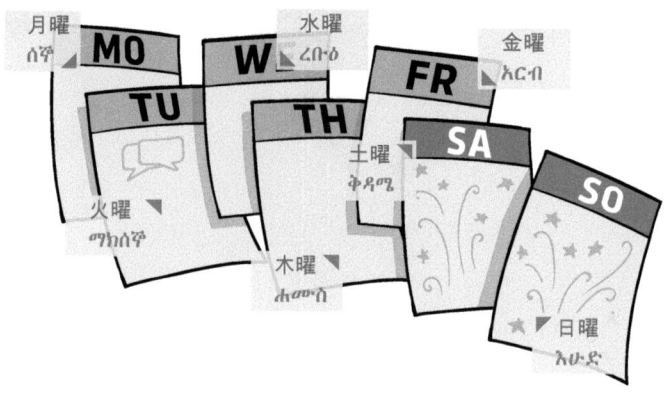

月曜 ሰኞ MO

TU 火曜 ማክሰኞ

水曜 ረቡዕ W

TH 木曜 ሐሙስ

金曜 አርብ FR

SA 土曜 ቅዳሜ

SO 日曜 እሁድ

昨日

ትላንት

今日

ዛሬ

明日

ነገ

朝

ማለዳ

昼

ቀትር

夜

ምሽት

MO	TU	WE	TH	FR	SA	SU
1	2	3	4	5	6	7
8	9	10	11	12	13	14
15	16	17	18	19	20	21
22	23	24	25	26	27	28
29	30	31	1	2	3	4

営業日

የስራ ቀናት

MO	TU	WE	TH	FR	SA	SU
1	2	3	4	5	6	7
8	9	10	11	12	13	14
15	16	17	18	19	20	21
22	23	24	25	26	27	28
29	30	31	1	2	3	4

週末

የዕረፍት ቀናት

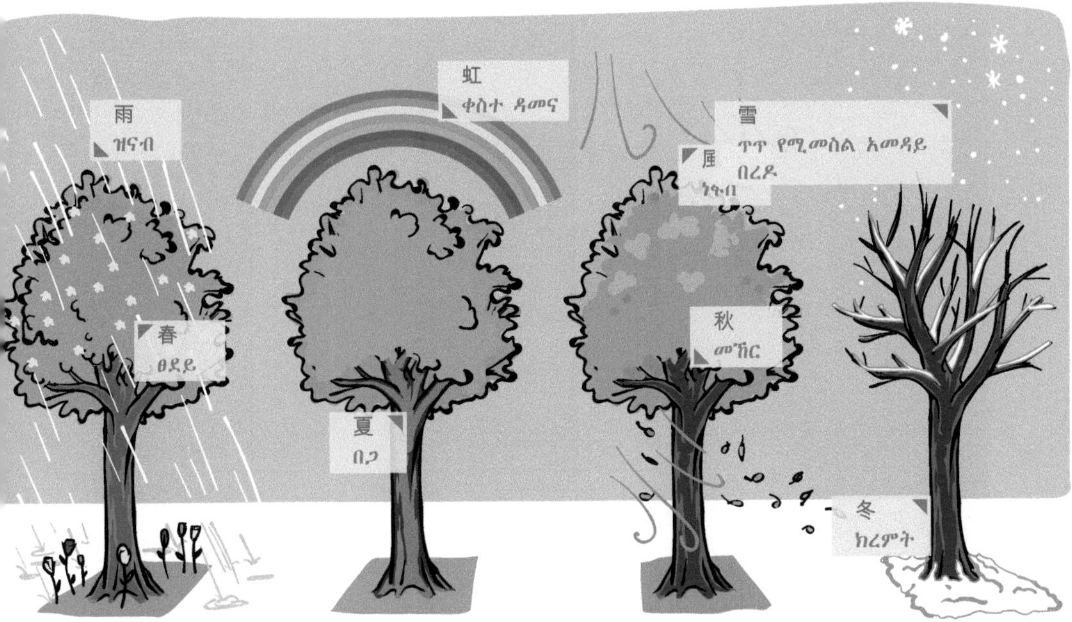

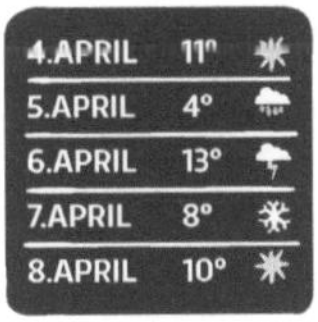

虹
▶ቀስተ ዳመና

雨
▶ዝናብ

雪
ጥጥ የሚመስል አመዳይ
▶በረዶ

屋
▶ኅፊብ

春
▶ፀደይ

秋
▶መኽር

夏
▶በጋ

冬
ክረምት

4.APRIL	11°
5.APRIL	4°
6.APRIL	13°
7.APRIL	8°
8.APRIL	10°

天気予報
የአየር ሁኔታ ትንበያ

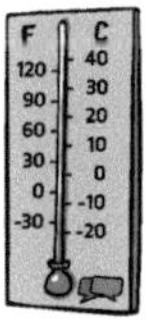

温度計
የሙቀት መለኪያ

日差し
የፀሀይ ሙቀት

雲
ደመና

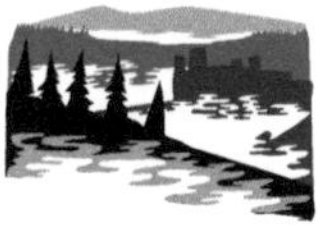

霧
ጭጋግ

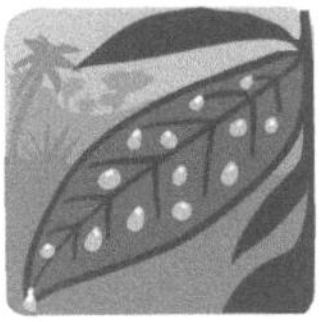

湿度
እርጥበታማነት

雷

መብረቅ

雷

ነጎድጓድ

嵐

አዉሎ ንፋስ

ひょう

የበረዶ ዝናብ

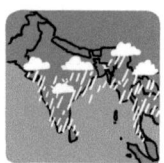

季節風

አዉሎ ንፋስ

洪水

ጎርፍ

氷

በረዶ

1月

ጥር

2月

የካቲት

3月

መጋቢት

4月

ሚያዚያ

5月

ግንቦት

6月

ሰኔ

7月

ሐምሌ

8月

ነሀሴ

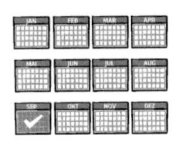

9月

መስከረም

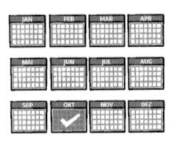

10月

ጥቅምት

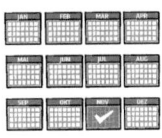

11月

ህዳር

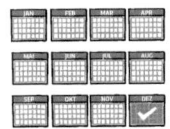

12月

ታህሳስ

形

ቅርፆች

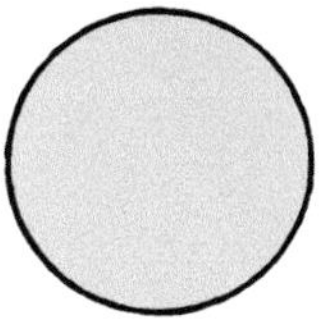

円

ክብ

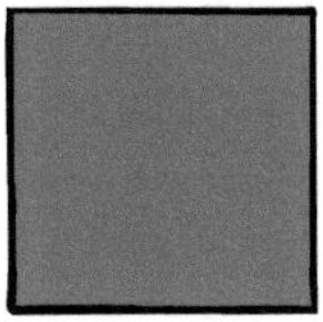

正方形

አራት ማዕዘን

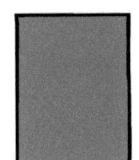

長方形

አራት ቀጥተኛ ማዕዘኖች ጎኖች ያሉት ቅርፅ

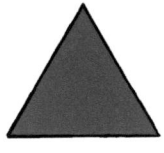

三角

ሶስት ማዕዘን

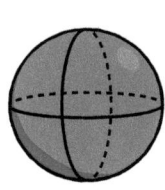

球

ሉል

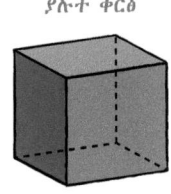

立方体

ስድስት ጎን ያለዉ ቅርፅ

色

ቀለማት

白

ነጭ

黄

ቢጫ

オレンジ

ብርቱካናማ

ピンク

ሮዝ

赤

ቀይ

紫

ወይን ጠጅ

青

ሰማያዊ

緑

አረንጓዴ

茶

ቡኒ

灰色

ግራጫ

黒

ጥቁር

多い / 少ない

ብዙ/ ጥቂት

怒っている / 落ち着いている

ንዴት/ እርጋታ

美しい / 醜い

ቆንጆ/ አስቀያሚ

初め / 終わり

ጅማሬ/ ፍፃሜ

大きい / 小さい

ትልቅ/ ትንሽ

明るい / 暗い

ደማቅ/ ደብዛዛ

兄弟 / 姉妹

ወንድም/ እህት

清潔な / 汚い

ንፁህ/ ቆሻሻ

完全な / 不完全な

የተሟላ/ ያልተሟላ

日中 / 夜

ቀን/ ምሽት

死んだ / 生きている

የሞተ/ ህያዉ

幅広い / 狭い

ሰፊ/ ጠባብ

食べられる / 食べられない
የሚበላ/ የማይበላ

悪意のある / 親切な
ክፉ/ ደግ

興奮している / 退屈している
ደስተኛ/ ድብርተኛ

太った / 痩せた
ወፍራም/ ቀጭን

最初に / 最後に
መጀመርያ/ መጨረሻ

友人 / 敵
ጓደኛ/ ጠላት

いっぱいの / 空の
ሙሉ/ ጎዶሎ

硬い / 柔らかい
ጠንካራ/ ለስላሳ

重い / 軽い
ከባድ/ ቀላል

空腹 / 喉の渇き
ረሃብ/ ጥማት

病気の / 健康な
ህመም/ ጤንነት

違法な / 合法な
ህገወጥ/ ህጋዊ

賢い / 愚かな
ጎበዝ/ ደደብ

左に / 右に
ግራ/ ቀኝ

近い / 遠い
ቅርብ/ ሩቅ

新しい / 中古の

አዲስ / አሮጌ

何もない / 何かある

ምንም / የሆነ ነገር

老いた / 若い

ሽማግሌ / ወጣት

オン / オフ

የበራ / የጠፋ

開いている /
閉まっている

ክፍት / ዝግ

静かな / うるさい

ፀጥታ / ጫጫታ

裕福な / 貧乏な

ሃብታም / ደሃ

正しい / 間違っている

ትክክለኛ / የተሳሳተ

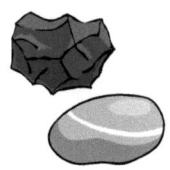

粗い / なめらか

ሻካራ / ለስላሳ

悲しい / 幸せな

ሐዘን / ደስታ

短い / 長い

አጭር / ረዥም

ゆっくり / 速い

ዝግተኛ / ፈጣን

濡れた / 乾いた

እርጥብ / ደረቅ

温かい / 冷たい

ሞቃት / ቀዝቃዛ

戦争 / 平和

ጦርነት / ሰላም

反対 - ተቃራኒዎች

87

数

ቁጥሮች

0

ゼロ
....
ዜሮ

1

1
....
አንድ

2

2
....
ሁለት

3

3
....
ሶስት

4

4
....
አራት

5

5
....
አምስት

6

6
....
ስድስት

7

7
....
ሰባት

8

8
....
ስምንት

9

9
....
ዘጠኝ

10

10
....
አስር

11

11
....
አስራ አንድ

12

12

አስራ ሁለት

13

13

አስራ ሶስት

14

14

አስራ አራት

15

15

አስራ አምስት

16

16

አስራ ስድስት

17

17

አስራ ሰባት

18

18

አስራ ሰስምንት

19

19

አስራ ዘጠኝ

20

20

ሃያ

100

100

መቶ

1.000

1000

ሽህ

1.000.000

100万

ሚሊዮን

言語

ቋንቋዎች

英語

እንግሊዝኛ

アメリカ英語

የአሜሪካ እንግሊዝኛ

中国標準語

የቻይና ማንዳሪን

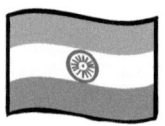

ヒンディー語

ሂንዱ

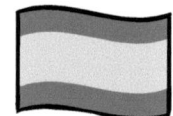

スペイン語

ስፓኒሽ

フランス語

ፍሬንች

アラビア語

አረብኛ

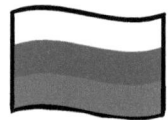

ロシア語

ራሺያኛ

ポルトガル語

ፖርቹጊዝ

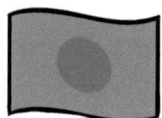

ベンガル語

ቤንጋሊ

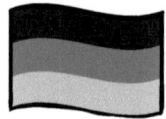

ドイツ語

ጀርመን

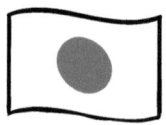

日本語

ጃፓንኛ

誰 / 何 / どう

ማን/ ምን/ እንዴት

私

እኔ

あなた

አንተ

彼 / 彼女 / それ

እሱ/ እርሷ/ እቃዉ

私たち

እኛ

あなたたち

አንተ

彼ら

እነርሱ

誰？

ማን?

何？

ምን?

どうやって？

እንዴት?

どこ？

የት?

いつ？

መቼ?

名前

ስም

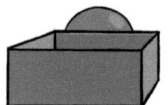

どこ

የት

後ろ

በስተጀርባ

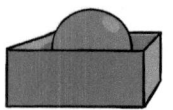

中

ዉስጥ

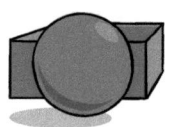

前

ከፊት ለፊት

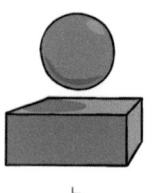

上

ከላይ

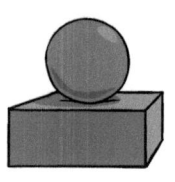

上

ላይ

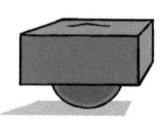

下

ከስር

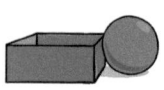

横

አጠገብ

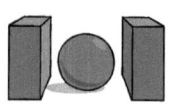

間

መሃከል

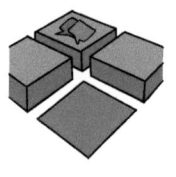

場所

ቦታ